திருடல்கள்

கவித்திருடன்

பொருளடக்கம்

பொருளடக்கம்

1. ஸ்ருதி சரியில்லை !

வறுமைக்கோடாய்

நிற்கிறது மேம்பாலம்

மேலே வாகனம் ஓட்டுவோர்

கோட்டிற்கு மேல் !

கீழே வறுமைக்குப் பிறந்தோர்

கோட்டிற்குக் கீழ் !

மேலே

அவசர வாழ்க்கையின்

விளம்பரமாய்

வாகனங்களின் இரைச்சல் !

கீழே

புறக்கணிக்கப்பட்ட வாழ்க்கையின்

விளம்பரமாய்

மனித உயிர்கள் !

மேலே

தத்தம் வீடுகளுக்கு விரைகிறார்கள் !

கீழே

வீதியே தத்தம் வீடாக வரைகிறார்கள் !
இப்படி
மேலும் கீழும்
தாளம் போடுகிறது
முதலாளித்துவம் !
ஸ்ருதி தான் சரியில்லை !

2. முந்திரிக் கொட்டைக் கவிதை

தூங்கிக்கொண்டிருக்கும்

இந்தக்

கவிதையை

ரசிக்க

முட்டி மோதி

என்னைத் திட்டிக் கொண்டிருக்கின்றன

பல கவிதைகள்

முதலிடத்திற்காக !

யாருக்கும்

இடம் கொடுப்பதாய் இல்லை

கவிதை எழுதி

என் கவனம் சிதற

அனுமதிப்பாய் இல்லை

நான்

மட்டும் ரசிக்கிறேன்

இந்தக் கவிதையை !

அய்யோ !

ஒரு

கவிதை

நுழைந்துவிட்டதே !

முந்திரிக் கொட்டைக் கவிதை !

3. படம் பார்த்துக் கவிதை சொல்

சாகும்

நிலையில்

இருந்த

நீர்த்துளிகள் அழுதன

சாகா வரம் கேட்டு

புகைப்படம் எடுத்தேன் !

4. பௌர்ணமி

வான் பெண்ணே!
உன் கணவன் என்ன

கஞ்சப்பிசினியா?
ஒரே ஒரு வெள்ளிப் பொட்டு மட்டும்
வாங்கித் தருகிறான்
ஒரு மாதத்திற்கு ....

5. சமத்துவ ஹைக்கூ

சமத்துவம்
அறியாதவன் மனிதன்
வருந்தியது பெப்ரவரி மாதம்

6. தருணம்

இந்தக்

கவிதையை

இந்த

வார்த்தையை

இந்த

எழுத்தை

எழுதிய

இத்தருணம்

முடிந்துவிட்டது.
முடிந்துவிட்ட
வாழ்க்கையின்
தருணங்களை
காலத்தின்
அலமாரியில்
அடுக்கி வைக்கிறேன்
முதுமையின்
தருணத்தில்
ரசிக்க
அத்தருணம்
எப்படி
இருக்கும்?
ஆவலோடு

இத்தருணம்

விடைபெறுகிறேன்,

கவித்திருடன்.

7. இலையுதிர் காலம்

போதும் !

எவ்வளவு

காலம் தான்

எங்கள் பாரத்தைச்

சுமந்துக் கொண்டிருப்பாய் ?

கொஞ்சக்

காலமாவது

உனக்கென்றுச்

செலவிடு !

தாய் மரத்திடம்

சொல்லி

தற்கொலை

செய்தன

இலைப் பிள்ளைகள்

8. சிறைக்குள் சுதந்திரம்

சில

சிறைகளில்

விடுதலைக்

கிடைப்பதற்கு

வாய்ப்புகளே இல்லை

ஆணாதிக்கச்

சிறையில் இருந்து

பலப் பெண்களுக்கு

தீராத

நோயின்

சிறையில் இருந்து

நோயாளிக்கு

தாளாத

முதுமையின்

சிறையில் இருந்து

கிழவருக்கு

இந்த

ஆயுள்கைதிகளுக்கு

சிறைக்குள்

என்ன

சுதந்திரத்தைக்

கொடுக்கலாம் ?

9. அசைவுகள்

கீழ்க்கண்ட

அசைவுகளில்

கவிதை

ஒளிந்திருப்பதாகத்

தகவல்:

தாயின் கருப்பையில் சேயின் அசைவு

தென்றல் முட்டியதில் பூவின் அசைவு

காதலி கண்களின் கருவிழி அசைவு

கட்டழகுப் பெண்ணின் கட்டுடல் அசைவு

நிலவின் கட்டளையில் கடலலை அசைவு

குட்டிக் குழந்தையின் பிஞ்சு விரல் அசைவு

அசையாமல் அசையும் இசையின் அசைவு

அத்தனை

அசைவுகளுக்கும்

ஒரு

எச்சரிக்கை !

அசையாமல்

இருங்கள்

உங்களைத்

திருட வருகிறேன்!

10. பொறுப்பில்லாத சூரியன்

மேகங்களுக்கிடையே

ஏதோ

குடும்பத் தகராறாம்!

முட்டி மோதிக் கொள்கின்றன

இடிச் சத்தம் காதைப்

பிளக்கிறது!

வன்முறை தாளாமல்

வானமகள்

மழைக் கண்ணீர்

வடிக்கிறாள்!

ஏன் இந்த வன்முறை

என்று கேட்டால்

மின்னல் வாளைக் காட்டி

மிரட்டுகிறார்கள்!

எங்கே போனான்

இந்த

பொறுப்பில்லாத

சூரியன் ?

11. ஒரு ரகசிய ஒப்பந்தம்

நாற்சந்தி

சிவப்பு விளக்கு

காவலர் இல்லை

குறுக்கே வண்டி வரவில்லை

ஒரு கையில் சட்டம்

மறு கையில் வேகம்

காத்திருந்த

வாகன ஓட்டிகள்

நிறைவேற்றினர்

ஒரு ரகசிய ஒப்பந்தம்

12. கவித்திருடன் கைதானான்

கைதானேன் !

கவிதைகளைத்

திருடிய

குற்றத்திற்காக ,

யாப்புக்குள்

கவிதைகளை

அடக்காததால்

காப்புக்குள்

என் கைகளை

இட்டு

இழுத்துச் சென்றனர்

நீதிமன்றத்தில்

நீதி விசாரணை

நீதிபதி குற்றத்தைப் பட்டியலிட்டார்

‘கவிதைகளைத் திருடியது’

முதல் குற்றம்

‘கவிதைப் பொதுச் சொத்து’

என்றேன்

‘உன் கவிதையில் இலக்கணம் இல்லை ’

இரண்டாம் குற்றம்

‘என் கவிதைக்கு

இலக்கு உண்டு

கனம் உண்டு

இலக்கணம் தேவையில்லை ’

என்றேன்

திருடிய பொருளைத்

திருப்பிக் கேட்டார்

‘படித்தவர் மனதில்

பதிந்துவிட்டது

முடியாது’ என்றேன்

‘கர்வம் உனக்கு’

என்றார்

‘கவிஞனுக்கு இயல்பு’

என்றேன்

‘இழுத்துச் செல்லுங்கள்

சிறையில் அடையுங்கள் இவனை ’

தீர்ப்புக் கொதித்தது

கற்பனைச் சிறகைச்

சட்டென விரித்தேன் !

பறந்தேன் !

என் திருட்டுப்

பயணம் தொடர்கிறது !

சிரித்துப்

பேசக்கூடாது என்று

என் வீட்டு

லில்லிச் செடி

இப்போதெல்லாம்

பூக்கள் விரித்துச்

சிரிப்பதில்லை

.

.

.

பூப்பெய்துவிட்டதோ ?

14. கட்டாயத் திருமணம்

மெழுகுக்கும்

நெருப்புக்கும்

தீக்குச்சி

செய்து வைத்தது

கட்டயாத் திருமணமோ ?

எப்பதான்

வான் வீட்டுக்குச்

செல்வேன்

எனத் துடிக்கிறாள்

நெருப்பு !

கரைந்து கரைந்து

தன்னையே

அழித்துக்கொள்கிறான்

மெழுகு !

15. ஈ

பொறாமையோ என்னமோ

பல கண்கள்

கொண்ட உன்னை

இரு கண்கள்

கொண்டத் தமிழன்

ஒரு எழுத்தால்

பெயரிட்டான் !

16. காலப் பயணம்

விவாதம் தேவையில்லை

காலப் பயணம்

சாத்தியம் தான்

ஒரே ஒரு புகைப்படம்

போதும்

நினைவுக் குதிரையில் ஏறி

கடந்தக் காலத்தை அடைய !

17. அருவி

நரைத்தக் கூந்தல்

என்றாலும்

உன் அழகு குறையவில்லை !

காலங்காலமாய்

ஓடினாலும்

உன் கால்கள் தளரவில்லை!

மலைக் கணவனை

மணந்தும்

பார்ப்பவரை

வசீகரிப்பதை நிறுத்தவில்லை !

ஆற்றுக் குழந்தையை

பிரசவித்தும்

உன் இளமை குறையவில்லை !

இத்தனை இருந்தும்

நதியாய்

கடலோடு கலக்கும்போது மட்டும்

காணாமல் போய்விட்டாயே !

18. திகில்

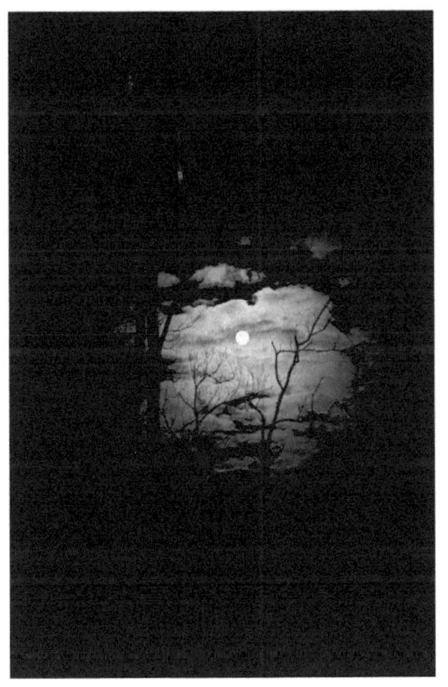

நடு இரவு

நாய் ஊளையிடுகிறது

ஊஞ்சல் சத்தம்

19. காற்றின் நோக்கம்

காற்று வீசுகிறது

துணி அசைகிறது

கைக்குழந்தையின் சிரிப்பு

20. அழகு மொழி

ரோஜா பூவே !
உன்னிடம் சில கேள்விகள்
உனக்கு
நாங்கள் வைத்த பெயர் ரோஜா
இயற்பெயர் என்னவோ ?

காதல் சின்னமே
உனக்கும் காதல் வந்ததுண்டோ ?

எதைக் கேட்டாலும்
ஏன் மௌனம் சாதிக்கிறாய் ?

இந்த கேள்விக்கும் மௌனமா ?

புரிந்தது !
நான் என் மொழியில் கேட்கிறேன்
நீ உன் மொழியில் பதில் சொல்கிறாய்
அப்படித்தானே ?

21. இளமை ஓ இளமை !

அரும்பு மலராய்

நம்பிக்கையுடன் !

புது வாழ்க்கை

செதுக்க

ஆசையுடன்

ஆயிரம் கற்பனைகள்

ஆயிரம் சாத்தியங்கள்

கனவுகள்

இன்னும் அடிமைகள்

உணர்வுகள்

இன்னும் தலைவர்கள்

இளமை ஓ இளமை

உன்னில்

நடனமாடும் புதுமை

அரும்பு மலராய்

நீ அழகாய்

காத்திருக்கிறாய்

இழக்கும் முன் பறந்துவிடு

விலகும் முன் ருசித்திவிடு

இளமை ஓ இளமை

சாகும் வரை

என்னை அணைத்திடு !

22. முரண்

நாட்கள்

நடந்து செல்கின்றன.

வருடங்கள்

ஓடிச் செல்கின்றன.

வாழ்க்கைப்

பறந்து செல்கிறது !

23. மரணம் ஒரு ஊமைக் குசும்பன் !

மரணம்

ஒரு ஊமைக் குசும்பன் !

சொல்லாமல் கொள்ளாமல்

உயிரை வெல்லாமல்

போகாதக்

கொடூரக் குசும்பன்!

கடவுளைக்

கண்டு பயமில்லை எனக்கு

நாத்திகம் சுவாசிப்பதால் !

மரணத்தைப் பார்த்தோ

தினம் அஞ்சுகிறேன் !

காற்றைச் சுவாசிப்பதால் !

எந்நேரமும் குசும்பன்

அதைப்பறிக்க முனைவான் என்பதால் !

என் வாழ்வின் கடன் நிமிடங்கள்

வெட்டியாக வெட்டியானுக்கு இரையாகும்

என்று அஞ்சுகிறேன் !

இந்தக் குட்டி வாழ்க்கையில்

வெட்டி நிமிடங்களை வெறுக்கிறேன்

கவிதையாய் அதைச் செதுக்க

முனைகிறேன்

மரணம்

ஒரு ஊமைக் குசும்பன் !

என்னையும் கவிதை

எழுத வைத்துவிட்டான் !

24. அரசி !

கழுத்து நிற்கவில்லை

முதுகு நிமிரவில்லை

கால்கள் நடக்கவில்லை

வாயும் பேசவில்லை

இருந்தும்

ஆட்சி

மட்டும் உன் கையில் !

25. நடுத்தர வர்க்கம்

பாரதப்

பெண்ணிடம்

அன்று

யாரவது

சொல்லியிருக்கலாம்!

செல்வச் செழிப்பு

பிறர் கண்ணுக்குத்

தெரியும்படி

அலங்காரம்

செய்யாதே என்று!
ஆங்கிலக் கள்வன்
வந்து
சூறையாடிச்
சென்று விட்டான்!

செல்வத்தை

இழந்த

விரக்தியில்

நேரு மாமா

அவளைக்

கண்டிப்போடு

வளர்த்தார்!

மனதிற்குள்
புழுங்கிக்கொண்டே
ஏழையாய்
கழியும்
தன் வாழ்க்கை
என ஏங்கிக்

கொண்டிருந்தாள்!
நல்ல வேளை

தாத்தா நரசிம்ம ராவ்

அவளுக்கு

விடிவு காலம்

கொண்டு வந்தார்!

செல்வ அறையின்

சாவியை

அவள் கையில்

கொடுத்தார்!
அன்று

முதல்

பாரதப் பெண்

செல்வத்தைச்

சேர்க்க

ஆரம்பித்தாள்!

கல்வி ஏணி

கொடுத்து

தன்

ஏழைக் குழந்தைகளை

நடுத்தர வர்க்கத்திற்கு

ஏற்றிக்

கொண்டிருக்கிறாள்!

நானும்

அந்த

ஏணியில்

ஏறியவன்தான்..

நடுத்தர வர்க்கம்!

26. புதுக்கவிதை

சுத்தத்

தமிழில்

ஒரு கவிதை எழுத

தமிழ்த்தாயிடம் சென்றேன்

அவள்

அடி என்றாள்

அசை என்றாள்

சீர் என்றாள்

தளை என்றாள்

தொடை என்றாள்

பா என்றாள்

விருத்தம் என்றாள்

வாய்ப்பாடு என்றாள்

புறமுதுகு

காட்டி ஓடி வந்தேன்

தமிழ்க் காதலியிடம்!

புதுக்கவிதைப்

படித்தேன்

கட்டி அணைத்து

முத்தமிட்டாள் !

27. நான்

நான் நினைக்கும் 'நான்'

நான் விரும்பும் 'நான்'

என் மனைவி அறிந்த 'நான்'

என் பெற்றோர் அறிந்த ‘நான்’

என் தம்பி அறிந்த ‘நான்’

என் நண்பர்கள் அறிந்த ‘நான்’

என் சுற்றம் அறிந்த ‘நான்’

என் அலுவலகம் அறிந்த ‘நான்’

என் இணைய நண்பர்கள் அறிந்த ‘நான்’

அத்தனை ‘நான்’ களும் முழுமையானதல்ல

உண்மையில்

யார் தான் ‘நான்’

யாராவாகவும் இருந்துவிட்டுப் போகிறேன்

இப்பொழுது

கவித்திருடன் நான்

28. நெய்தல் புதுக்கவிதை

மீனின் கூற்று:

கடலுக்குள்ளே சுத்திப்புட்டு - மீன்

வலைக்குள்ளே அகப்பட்டு

உயிரக் கொடுத்து மாஞ்சோம்- மனுஷ

வயிறு நிரப்பச் செத்தோம்

தலைவன் கூற்று:

பேரம் பேசி வாங்கி வந்தேன் - நல்ல

காரம் போட்டுச் சமைக்கச் சொன்னேன்

பெஞ்சாதி வச்ச மீன் குழம்ப - என்

நெஞ்சார உண்டு அனுபவிச்சேன்

தலைவி கூற்று:

ஆசை மச்சான் ஆக்கிக் கேட்டு

மீசை நனைக்க உண்ணும் போது

சந்தோசம் நெஞ்சில் பூத்துப் போச்சு

தந்தனத் தாம் தாளம் போட்டிடுச்சு !

29. நிழலின் வருத்தம்

வெளிச்சம் என் தாய்,

இருந்தும்

அவள்

என்னைத் தொடுவதில்லை

ஏன் ?

நான்

கறுப்பாய் இருப்பதாலோ ?

30. இந்தக் கவிதை எப்படி ?

கவிதையில்

என் கவலை மறந்தேன்

கவிதைக்குள்

என் அழுகை மறைத்தேன்

கவிதையோடு

என் பயணம் தொடர்ந்தேன்

கவிதையால்

என் வாழ்வை ரசித்தேன்

கவிதையின்

வன்மை உணர்ந்தேன்

கவிதைக்கு

என் வந்தனம் சொன்னேன்

கவிதைக்கே

என் கற்பனை கொடுத்தேன்

கவிதையுடன்

மூடம் நகைத்தேன்

கவிதைக்காக

இந்தக் கவிதை எழுதினேன்

கவிதையே

இந்தக் கவிதை எப்படி ?

www.ingramcontent.com/pod-product-compliance
Ingram Content Group UK Ltd.
Pitfield, Milton Keynes, MK11 3LW, UK
UKHW040012200726
13854UKWH00001B/158

9 798887 175058